குவா.. கு
குஞ்சுவாத்து பிங்

THE STORY OF PING

மார்ஜோரி ப்ளேக், கர்ட் வீஸ்
தமிழில் : கொ.மா.கோ.இளங்கோ

BOOKS FOR CHILDREN

QUACK QUACK QUACK KUNJUVATHU PING (In Tamil)

English Original (The story of Ping)
Marjorie Flack & Kurt Wiese
Tamil Translation: **Ko Ma. Ko. Elango**
Thanks to: BGVS, Arvind Gupta
First Edition: September, 2015
Illustrations by **Kurt Wiese**

Published by

BOOKS FOR CHILDREN
im print of Bharathi Puthakalayam
7,Elango Salai, Teynampet, Chennai - 600 018
Email: thamizhbooks@gmail.com | www.thamizhbooks.com

குவா... குவா.. குவா குஞ்சுவாத்து பிங்
மார்ஜோரி ப்ளேக், கர்ட் வீஸ்
தமிழில்: **கொ.மா.கோ. இளங்கோ**
முதல் பதிப்பு: செப்டம்பர், 2015
ஓவியம் : கர்ட் வீஸ்

வெளியீடு:

புக்ஸ் ஃபார் சில்ரன்
பாரதி புத்தகாலயத்தின் ஓர் அங்கம்
7, இளங்கோ சாலை, தேனாம்பேட்டை, சென்னை - 600 018
தொலைபேசி : 044 24332424, 24332924, 24356935

விற்பனை உரிமை

7, இளங்கோ சாலை, தேனாம்பேட்டை, சென்னை - 600 018
திருவல்லிக்கேணி: 48, தேரடி தெரு | **திருவான்மியூர்:** 1, 100அடி சாலை, தரமணி
பெரம்பூர்: 52, கூக்ஸ் ரோடு | **ஈரோடு:** 39, ஸ்டேட் பாங்க் சாலை
திண்டுக்கல்: 3சி18, எல்.பி.ஜி. காம்பவுண்ட் | **நாகை: 1,** ஆரியபத்திரபிள்ளை தெரு
திருப்பூர்: 447, அவினாசி சாலை | **திருவாரூர்:** 35, நேதாஜி சாலை
சேலம்: 36/1 அத்வைத ஆஸ்ரமம் சாலை | **மயிலாடுதுறை:** 147, பட்டமங்கலத் தெரு
அருப்புக்கோட்டை: 31, அகமுடையார் மகால் | **புதுக்கோட்டை:** வடக்கு ராஜா வீதி
மதுரை: 37A, பெரியார் பேருந்து நிலையம் | **மதுரை:** சர்வோதயா மெயின்ரோடு, மகபூப்பாளையம் | **குன்னூர்:** N.K.N வணிகவளாகம் பெட்போர்ட்
செங்கற்பட்டு:1 டி., ஜி.எஸ்.டி சாலை | **விழுப்புரம்:** 26/1, பவானி தெரு
திருநெல்வேலி: 25A, ராஜேந்திரநகர் முதல் தெரு, | **விருதுநகர்:** 131, கச்சேரி சாலை
கும்பகோணம்: 352, பச்சையப்பன் தெரு | **வேலூர்:** S.P. Plaza 264, பேஸ் II, சத்துவாச்சாரி **நெய்வேலி:** பேருந்து நிலையம் அருகில், சிஐடியு அலுவலகம்
தஞ்சாவூர்: காந்திஜி வணிக வளாகம் காந்திஜி சாலை | **தேனி:** 12,பி, மீனாட்சி அம்மாள் சந்து, இடமால் தெரு | **கடலூர்:** பாரதி பஜார், பழைய அண்ணா மேம்பாலம்
நாகர்கோவில்: ரப்ஷா காம்ப்ளக்ஸ், தெற்குதோப்பு வணிகர்தெரு, மீனாட்சிபுரம்
கோவை: 77, மசக்காளிபாளையம் ரோடு, பீளமேடு | **திருச்சி:** வெண்மணி இல்லம், கரூர் புறவழிச்சாலை | **திருவண்ணாமலை:** முத்தம்மாள் நகர், ITI opp. வேங்கிக்கால்

நினைத்த நூல்கள்... நினைத்த நேரத்தில்...
thamizhbooks.com

ரூ.30/-
அச்சு : கணபதி எண்டர்பிரைசஸ், சென்னை - 5

முன்னொரு காலத்தில் ஒரு அழகான குஞ்சுவாத்து இருந்தது. அதன் பெயர் பிங். அது அம்மா அப்பாவுடன் வசித்துவந்தது. அவர்களுடன் இரண்டு அக்காக்கள், மூன்று அண்ணன்கள், பதினோரு அத்தைகள், ஏழு மாமாக்கள் மற்றும் அவர்களது பிள்ளைகளும் சேர்ந்து வாழ்ந்தன. மாமாக்களின் பிள்ளைகளான நாற்பத்திஇரண்டு வாத்துகளும் சேர்ந்து மொத்தம் அறுபத்திஎட்டு வாத்துகள் ஒரே படகுவீட்டில் வசித்துவந்தன.

Once upon a time there was a beautiful young duck named Ping. Ping lived with his mother and his father and two sisters and three brothers and eleven aunts and seven uncles and forty-two cousins.

அவை வசித்துவந்த படகுவீடு சீன நாட்டின் யங்கட்ஸ் நதியில் உள்ளது. அந்த படகின் முன்பக்கம் அழகான இரண்டு கருணை விழிகள் உள்ளன.

தினமும் கிழக்கே சூரியன் உதித்தவுடன் பிங், அம்மா, அப்பா, இரண்டு அக்காக்கள், மூன்று அண்ணன்கள், பதினோறு அத்தைகள், ஏழு மாமாக்கள், ஏழு மாமாக்களின் 42 பிள்ளைகளும் வெளியில் புறப்பட்டுச் செல்லும். ஒன்றன் பின் ஒன்றாக மரப்பாலத்தின் மேல் நடந்து யங்கட்ஸ் நதிக்கரையை வந்தடையும்.

Their home was a boat with two wise eyes on the Yangtze River.

Each morning as the sun rose from the east, Ping and his mother and his father and two sisters and three brothers and eleven aunts and seven uncles and forty-two cousins all marched one by one, down a little bridge to the shore of the Yangtze River.

நாள்தோறும் அவை சின்னஞ்சிறிய நத்தைகளையும் குஞ்சுமீன்களையும் உண்டு வாழ்ந்தன.

மாலைநேர சூரியன் மேற்கில் மறையும். அவ்வேளையில், வாத்துகளின் எஜமான் "ல..ல...ல..ல...லே" என்று அழைப்பார்.

பிங்கும் அதன் உறவினர்களும் அப்போது படகை நோக்கி ஒன்றன்பின் ஒன்றாக அணிவகுத்து நிற்கும். மரப்பாலத்தில் ஏறி படகுவீட்டுக்குச் செல்லும்.

All day they would hunt for snails and little fishes and other pleasant things to eat. But in the evening as the sun set in the west, "La-la-la-la-lei!" would call the Master of the boat. Quickly Ping and all his many family would come scurrying, quickly they would march, one by one, up over the little bridge and on to the wise-eyed boat which was their home on the Yangtze River.

பிங் எப்போதும் மிகவும் கவனமாக இருக்கும். அது ஒருபோதும் வரிசையில் கடைசியாக நிற்பதில்லை. கடைசியாக மரப்பாலத்தில் ஏறிச்செல்கிற வாத்துக்கு மட்டுமே பின்முதுகில் ஒரு அடி கிடைக்கும்.

Ping was always careful, very-very careful not to be the last, because the last duck to cross the bridge always got a spank on the back.

ஆனால் ஒருநாள் மாலையில் சூரியன் மறைந்து கொண்டிருந்தது. நதிக்கரையில் இருள் சூழ்ந்து கொண்டிருந்தது. எஜமான் “ல..ல..ல..லே” என்று உரக்க அழைத்தார். அது பிங்கின் காதுகளில் விழவில்லை. ஏனெனில் அந்த நேரம் பிங் ஒரு குஞ்சுமீனை பிடிக்க முயற்சி செய்துகொண்டிருந்தது.

But one afternoon as the shadows grew long, Ping did not hear the call because at that moment Ping was wrong side up trying to catch a little fish.

அது நதிநீரின் மேற்பரப்பைக் கூர்ந்து கவனித்துக்
கொண்டிருந்தது. பிறகு பிங் திரும்பிப் பார்த்தபோது அம்மா,
அப்பா மற்றும் அத்தைகள் மரப்பாலத்தில் ஏறி படகுவீட்டில்
நின்றிருந்தார்கள். மாமா மற்றும் அவர்களது பிள்ளைகள்
பாலத்தில் ஏறிக்கொண்டிருந்தார்கள். பிங் வேகமாக
ஓடிச்சென்றது. அதற்குள் குடும்ப உறுப்பினர்கள்
அனைவரும் பாலத்தில் ஏறி படகுவீட்டுக்குச்
சென்றிருந்தார்கள்.

By the time Ping was right side up his mother and his father and his aunts were already marching, one by one, up over the bridge. By the time Ping neared the shore, his uncles and his cousins were marching over, and by the time Ping reached the shore the last of his forty-two cousins had crossed the bridge.

படகுவீட்டுக்கு ஏறிச்சென்ற வாத்துகளில்
கடைசி வாத்தாக வந்துநிற்க பிங் விரும்பவில்லை.
ஏன் தெரியுமா?
கடைசியாக வந்துசேரும் வாத்துக்கு
பின்முதுகில் அடி கிடைக்குமே.
பிங் அடி உதைகளை பெற்றுக்கொள்ள விரும்பவில்லை.

Ping knew he would be the last, the very last duck if he crossed the bridge. Ping did not want to be spanked.

எனவே அது படகில் ஏறாமல் மறைந்துகொண்டது.
ஆமாம். புல்வெளிக்கு பின்பக்கம் பதுங்கிக்கொண்டது.
மாலையில் சூரியன் மறைந்தது.
நிலா வெளிச்சம் மங்கலாகக் தெரிந்தது.
நதிநீரில் மிதந்துசென்ற படகுவீடு மெல்ல மெல்ல அதன் பார்வையில் இருந்து மறைந்ததைப் பார்த்தது பிங்.

So he hid.
Ping hid behind the grasses,
and as the dark came and the pale moon shone
in the sky Ping watched the wise-eyed boat
slowly sail down the Yangtze River.

இரவு முழுக்க நதிக்கரை புல்வெளியில் படுத்துத் தூங்கியது பிங். அது தனது இறகுகளுக்குக் கீழே தலையை நுழைத்துக்கொண்டது. பிறகு தூங்கிவிட்டது. மறுநாள் காலையில் சூரியன் உதித்தபிறகு பிங் விழித்தது. “நான் சின்னஞ்சிறிய வாத்து. இங்கே நான் மட்டும் தனியாகவா இருக்கிறேன்?” என திகைப்போடு தன்னைத்தானே கேட்டுக்கொண்டது.

All night long Ping slept near the grasses on the bank of the river with his head tucked under his wing, and when the sun rose up from the east Ping found he was all alone on the Yangtze River.

அதன் அருகில் குடும்ப உறுப்பினர்கள் ஒருவர்கூட இல்லை. அம்மா இல்லை. அப்பா இல்லை. அக்காக்கள் இல்லை. அண்ணன்கள் இல்லை. அத்தைகள், மாமாக்கள் யாரும் இல்லை. அவர்களது பிள்ளைகளும் துணைக்கு இல்லை. ஒருபோதும் பிங், அறிமுகம் இல்லாத இட்டத்தில் தனியே தங்கியிருந்தது கிடையாது.

அந்தச் சின்ன வாத்தால் குடும்பத்தார் யாரையும் பிரிந்து இருக்க முடியாது. பிங் அவர்களைத் தேடிப் புறப்பட்டது. யங்கட்ஸ் நதியின் மஞ்சள்நிற நீரில் குதித்து நீச்சலடிக்கத் தொடங்கியது.

There was no father or mother, no sisters or brothers, no aunts or uncles, and no forty-two cousins to go fishing with Ping, so Ping started to find them, swimming down the yellow waters of the Yangtze River.

நதியில் பல படகுகளைப் பார்த்தது. சின்னச்சின்ன படகுகள், பெரிய படகுகள், மீன்பிடிப் படகுகள், படகுவீடுகள், பசியாற யாசகம் கேட்டு வரும் ஏழைகள் நிறைந்த படகுகள், கட்டுமரங்கள் என நிறையப் படகுகள் நதியில் நகர்ந்து போவதைப் பார்த்தது. எல்லாப் படகுகளின் முன்பக்கமும் கண்கள் இருந்தன. பிங் வசிக்கும் வித்தியாசமான படகுவீட்டைப் பார்க்க முடியவில்லை.

As the sun rose higher in the sky, boats came. Big boats and little boats, fishing boats and beggar's boats, house boats and raft boats, and all these boats had eyes to see with, but nowhere could Ping see the wise-eyed boat which was his home.

அது நீச்சலடித்துக் கொண்டிருந்த திசையில் ஒரு அதிசயப் படகைப் பார்த்தது. அதில் கருப்பு நிறத்தில் நீர்க்காக்கைகள் நிறைய இருந்தன. அவை எஜமானின் சொல்பேச்சைக் கேட்டு நடந்துகொண்டன. ஒவ்வொரு காக்கையும் நதிநீரில் கரணமடித்துக் குதித்தது.

ஒருசில நொடிகளில் அவை ஒவ்வொன்றும் தண்ணீரில் பாய்ந்து தங்களது அலகில் ஒவ்வொரு மீனைப் பிடித்துக்கொண்டு மேலேவந்தன. அத்தனை மீன்களையும் எஜமான் வாங்கிக் கூடையில் சேகரித்தார். அவர், மிகச்சிறிய மீன்களை நீர்க்காகங்களுக்கு உணவாகக் கொடுத்தார்.

Then came a boat full of strange dark fishing birds. Ping saw them diving for fish for their Master. As each bird brought a fish to his Master he would give it a little piece of fish for pay.

சிறிது நேரத்தில் காக்கைகள், பிங் இருந்த பகுதிக்கு வந்தன. அனைத்து காகங்களின் கழுத்திலும் பளபளக்கும் ஒரு இரும்பு வளையம் இருப்பதைப் பார்த்தது பிங்.

ஆமாம், காகங்களின் கழுத்தில் வளையங்கள் எதற்கு என்றுதானே நீங்கள் நினைக்கிறீர்கள்?

தண்ணீரில் மூழ்கி அவை பிடித்துக்கொண்டுவரும் பெரிய மீன்களை விழுங்கிவிடக்கூடாது என்பதே காரணம்.

தண்ணீரை வாரியடித்த காக்கைகள் பிங்கைச் சுற்றி வளைத்தன. பிங் அவற்றிடமிருந்து தப்பிக்க வழிதேடித் தவித்தது. கடைசியில் நதிநீரில் மூழ்கியது. நீருக்குள்ளேயே நீச்சலடித்து காக்கைகளிடமிருந்து தப்பித்துச் சென்றது பிங்.

Closer and closer swooped the fishing birds near Ping. Now Ping could see shining rings around their necks, rings of metal made so tight the birds could never swallow the big fish they were catching.

Swoop, splash, splash, the ringed birds were dashing here and there all about Ping, so down he ducked and swam under the yellow water of the Yangtze River.

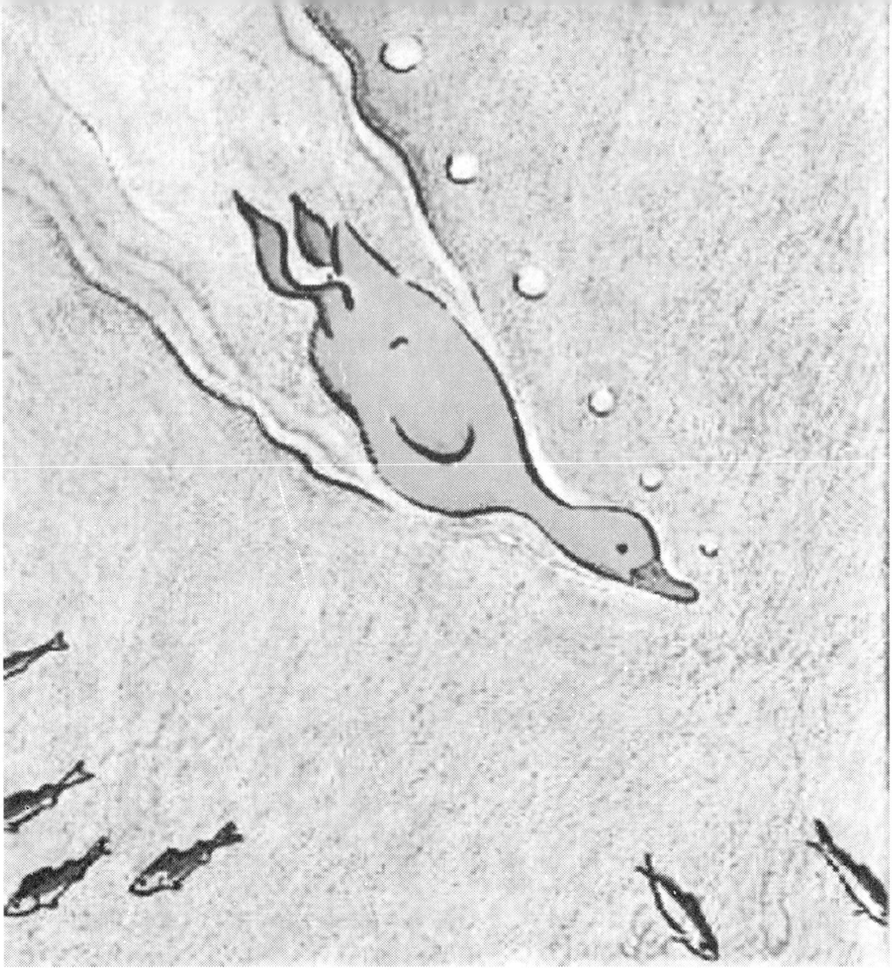

அது நீர்க்காக்கைகளைவிட்டு நீண்டதூரம் போயிருந்தது. பிறகு தலையைத் தூக்கி வெளியே எட்டிப்பார்த்தது.

அடடே! என்ன ஒரு அதிசயம். அரிசிமாவில் செய்த பலகாரத் துண்டுகள் நீரில் மிதந்து சென்றன. பிங் ஒவ்வொன்றாகக் கவ்விச் சாப்பிட்டது. உணவுத் துண்டுகள் கிடைத்த வழியில் நீந்திச்சென்றது. அதுஒரு படகுக்கு அருகில் வந்து சேர்ந்தது.

When Ping came up to the top of the water far away from the fishing birds, he found little crumbs floating, tender little rice cake crumbs which made a path to a house boat.

ஆசைதீர பலகாரத் துண்டுகளைச் சாப்பிட்டபடியே
படகை நெருங்கி வந்தது பிங்.
அதன் பிறகு என்ன ஆனது?

As Ping ate these crumbs, he came nearer and nearer to the house boat, then

சளுப்... சளுப்...

நதியில் ஒரு சிறுவன் விழுந்து கிடந்தான். ஒரு மரப்பீப்பாயை அவனது முதுகில் கட்டி இருந்தார்கள். படகிலிருந்து கட்டப்பட்டு இருந்த கயிறு அந்த பீப்பாய் நகர்ந்து விடாமல் பாதுகாத்தது. அதே சிறுவன்தான் அரிசியால் செய்த உணவுப் பண்டத்தை கையில் பிடித்திருந்தான்.

SPLASH!

There in the water was a Boy! A little boy with a barrel on his back which was tied to a rope from the boat just as all boat boys on the Yangtze River are tied to their boats. In the Boy's hand was a rice cake.

“ஆ..ஐயோ...” என அந்த சிறுவன் அழ ஆரம்பித்தான். உணவுப் பண்டம் நனைந்துவிடாமல் கையை உயர்த்திப் பிடித்து இருந்தான். திடீரென்று, பிங் அந்த சிறுவனுக்கு அருகில் பாய்ந்து சென்றது. அவனது கையிலிருந்த உணவை வெடுக்கெனப் பறித்துக்கொண்டது.

“Oh-owwwwoooo!” cried the little Boy, and up dashed Ping and snatched at the rice cake.

சிறுவன் பொறுமை இழந்தான்.
குஞ்சுவாத்தை கைநீட்டிப் பிடித்தான்.

“குவா...குவா...குவா...குவா” பிங் அழ ஆரம்பித்தது. “ஊ...ஹோ...ஓ” என்று உரக்கக்கத்தி மகிழ்ச்சி ஆரவாரம் செய்தான் அந்தச் சிறுவன். அவனது சத்தத்தைக் கேட்டு படகுவீட்டில் இருந்தவர்கள் வெளியே ஓடிவந்தார்கள். முதலில் அவனது அப்பா வந்தார், பிறகு அம்மா வந்தாள், அக்கா வந்தாள், அண்ணன் வந்தான். அனைவரும் படகோரம் நின்று எட்டிப் பார்த்தார்கள். அங்கு நடப்பது என்ன என்று கவனித்தார்கள்.

Quickly the Boy grabbed Ping and held him tight.

“Quack - quack - quack - quack!” cried Ping.

“OH! - Ohh-ooo!” yelled the little Boy.

Ping and the Boy made such a splashing and such a noise that the Boy’s father came running and the Boy’s mother came running and the Boy’s sister and brother came running and they all looked over the edge of the boat at Ping and the Boy splashing in the water of the Yangtze River.

படகில் கட்டி இருந்த கயிற்றை மேலே இழுத்தார்கள். அடுத்த முனையில் கட்டப்பட்ட பீப்பாய் நகர்ந்து வந்தது. பீப்பாயோடு சேர்த்து அந்த சிறுவனும் படகுவீட்டுக்கு அருகில் வந்தான். அவனது அப்பா கைபிடித்து அவனை தண்ணீரில் இருந்து தூக்கினார். அவனோடு சேர்த்து குஞ்சுவாத்து பிங் மேலே வந்தது.

Then the Boy's father and the mother pulled at the rope which was tied to the barrel on the little Boy's back. They pulled and they pulled and up came Ping and the Boy on to the house boat.

"ஆஹா...இன்றைய இரவு உணவோடு சேர்த்துச்சாப்பிட வாத்துக்கறி கிடைக்கும்" என்றார் அந்தச் சிறுவனின் அப்பா.

"Ah, a duck dinner has come to us!" said the Boy's father.

“சரி...சாயங்காலம் சீக்கிரமாகவே சமைக்க ஆரம்பித்து விடுகிறேன். வாத்துக்கறியோடு சேர்த்து பிரியாணி சமைத்து விடுகிறேன்” அம்மா சொன்னாள்.

“வேண்டாம் அப்பா... வேண்டாம் அம்மா. அழகான இந்தக் குஞ்சுவாத்தைக் கொன்று கறிசமைக்க நான் விடமாட்டேன்.”

“I will cook him with rice at sunset tonight,” said the Boy’s mother.

“NO-NO! My nice duck is too beautiful to eat,” cried the Boy.

உடனே அவர்கள் ஒரு பிரம்புக்கூடையை கொண்டுவந்து பிங்கின் மேல் கவிழ்த்து வைத்தார்கள்.
கூடைக்குள் பிங் தனியாகக் கிடந்தது.

சிறுவனைப் பார்க்க முடியவில்லை.
படகைப் பார்க்க முடியவில்லை.
வானத்தைப் பார்க்க முடியவில்லை.
யங்கட்ஸ் நதியின் அழகை பார்த்து ரசிக்க முடியவில்லை.
பிரம்புக்கூடை துளைகளின் வழியாக சூரியனின் மஞ்சள் கதிர்கள் உள்ளே நுழைந்தன. குஞ்சுவாத்துக்கு அழுகை வந்துவிடும்போல் இருந்தது. துக்கம் நெஞ்சை அடைத்தது.

**But down came a basked all over Ping
and he could see no more of the Boy
or the boat or the sky or
the beautiful yellow water of the Yangtze River.**

**All day long Ping could see only the thin lines of sun
which shone through the cracks in the basket,
and Ping was very sad.**

நீண்ட நேரத்துக்குப் பிறகு தண்ணீரில் துடுப்பிடும் சத்தத்தைக் கேட்டது பிங்.
மாலைநேரம் கடந்து கொண்டிருந்தது.
பிரம்புக்கூடை வைத்திருந்த இடத்துக்கு யாரோ ஒருவர் நடந்துவரும் காலடிச் சத்தத்தை வாத்து கேட்டது.
அதற்கு மரணபயம் அதிகமானது. நெஞ்சு வலித்தது.

After a long while Ping heard the sound of oars and felt the jerk, jerk, jerk of the boat as it was rowed down the Yangtze River.
Soon the lines of sunshine which came through the cracks of the basket turned rose color, and Ping knew the sun was setting in the west.
Ping heard footsteps coming near to him.

யாரோ கூடையைத் தூக்கினார்கள்.
அட, பிங்கை பிடித்து வந்த அதே சிறுவன்
அங்கு நின்றிருந்தான்.
குஞ்சுவாத்தைத் தூக்கி கையில் வைத்துக்கொண்டான்.
இனி அவன் என்ன செய்யப்போகிறானோ?

The basket was quickly lifted, and the little Boy's hands were holding Ping.

அந்தச் சிறுவன் படகின் ஓரத்துக்கு நடந்து சென்றான். குஞ்சுவாத்தை நதிநீரில் இறக்கி விட்டான். அது நதியில் தாவிக்குதித்தது. படபடவென இறகுகளை அடித்து தண்ணீரில் நீந்திச் சென்றது.

“ல..ல..ல..ல..லே”

சிறிது நேரத்தில் தனது எஜமானின் அழைப்புக்குரல் பக்கத்தில் கேட்டது.

Quickly, quietly, the Boy dropped Ping over the side of the boat and Ping slipped into the water, the beautiful water of the Yangtze River.

Then Ping heard his call, “La-la-la-la-lei!”

அது கழுத்தைத் தூக்கிப் பார்த்தது.
அதே படகுதான். கருணை விழிகள்.
அப்படியானால் அது பிங் வசிக்கிற வீடேதான்.
குஞ்சுவாத்து முதலில் அம்மாவைக் கண்டுபிடித்தது.
அப்பாவைக் கண்டுபிடித்தது. அத்தைகளைக்
கண்டுபிடித்தது. அனைவரும் வரிசையாக நின்று
கொண்டிருந்தார்கள். ஒருவர்பின் ஒருவராக மரப்பாலத்தில்
ஏறிக்கொண்டிருந்தார்கள்.

Ping looked and there near the bank of the river was the wise-eyed boat which was Ping's home, and Ping was his mother and his father and his aunts, all marching, one by one, up over the little bridge.

பிங் அதிவேகமாக நீந்தியது.
சீக்கிரம் நதிக்கரையைத் தொடவேண்டும்.

அடுத்த சிலநிமிடங்களில் அது தன் மாமாக்களைக் கண்டுபிடித்தது. அவர்களது பிள்ளைகள்கூட பாலத்தில் ஏறிச்சென்றதைப் பார்த்தது.

அடுத்தது யார்? பிங் களைப்படையவில்லை. ஓய்வெடுக்க நினைக்கவில்லை. தொடர்ந்து நீந்தியது.

கடைசியில் என்ன ஆனது?

Swiftly Ping turned and swam, paddling toward the shore. Now Ping could see his uncles marching, one by one.

Paddle, paddle, Ping hurried toward the shore. Ping saw his cousins, marching one by one.

Paddle, paddle, Ping neared the shore, but -

பிங் நதிக்கரைக்குப் போய்ச்சேர்ந்தது.
அது தாமதமாக வந்திருந்தது. மொத்தமுள்ள
அறுபத்தி எட்டு வாத்துகளில் பிங்கைத் தவிர மற்றவை
படகுவீட்டில் ஏறிவிட்டிருந்தன. வாலாட்டியபடி வேகமாக
ஓடிவந்த பிங், மரப்பாலத்தைத் தொட்டது.
கடைசியாக வந்துசேரும் வாத்துக்கு என்ன நடக்கும்
என்பது தெரிந்த விசயம்தானே. ஆமாம்.
கண் இமைக்கிற நேரத்துக்குள்
'தொப்'பென ஒருஅடி முதுகில் விழுந்தது.

As Ping reached the shore the last of Ping's forty two cousins marched over the bridge and Ping knew that he was LATE again!

But up marched Ping, up over the little bridge and SPANK came the spank on Ping's back!

கடைசியில், பிங் மரப்பாலத்தில் ஏறி மிகவும் கவனமாக நடந்து சென்றது.

ஆமாம். அது தனது படகுவீட்டுக்கு வந்து சேர்ந்திருந்தது. இரண்டு கருணை விழிகளைக் கொண்ட படகு.

அம்மா, அப்பா, அக்காக்கள், அண்ணன்கள், அத்தைகள், மாமாக்கள், அவர்களது பிள்ளைகள் அனைவருக்கு நடுவில் புகுந்து நின்றுகொண்டது பிங்.

அந்தப் படகுவீடு வாத்துகளுடன் யங்கட்ஸ் நதியில் மெல்ல மெல்ல நகர ஆரம்பித்தது.

Then at last Ping was back with his mother and his father and two sisters and three brothers and eleven aunts and seven uncles and forty-two cousins.

பிங் படகுவீட்டுக்குத் திரும்பிய மகிழ்ச்சியை
எல்லா வாத்துகளும் ஒன்றுசேர்ந்து கொண்டாடின.

Home again on the wise-eyed boat on the Yangtze River.

■ ■ ■